കവാടം

ഫർഹാന. കെ

സമർപ്പണം

ഭാവിയിൽ ഉന്നതയിലെത്താൻ സ്നേഹത്തിന്റെയും കരുതലിന്റെയും മധുരസ്പർശത്താൽ സുവർണ്ണാവസരങ്ങൾ ജീവിതത്തിൽ ഒരുക്കിത്തന്ന മാതാപിതാക്കൾക്ക്.

ഫർഹാന. കെ

2003 ജൂലൈ 10-ന് മലപ്പുറം ജില്ലയിലെ മൂർക്കനാട് പഞ്ചായത്തിൽ ജനനം. പിതാവ് മുഹമ്മദ് അലി. കെ, മാതാവ് കദീജ. കെ. ടി. കൊളത്തൂർ എൻ. എൽ. പി സ്കൂളിൽ നിന്നും പ്രാഥമിക വിദ്യാഭ്യാസം പൂർത്തിയാക്കി. കൊളത്തൂർ എൻ. എച്ച്. എസ് സ്കൂളിൽ നിന്നും ഹൈസ്കൂൾ പഠനം പൂർത്തിയാക്കി. ഇപ്പോൾ കരുപറമ്പ് ഫാത്തിമ ഇസ്ലാമിക് വിമൺസ് കോളേജിൽ ഡിഗ്രി സെക്കന്റ് ഇയർ വിദ്യാർത്ഥിനിയായി പഠിക്കുന്നു.

അവതാരിക

പ്രതീക്ഷയുടെ എഴുത്തുകാരിയാണ് ഫർഹാന.ഓരോ കവിതയും ഹൃദയ സ്പർശമാണ്. സ്നേഹം, വികാരം, ചിന്ത, മൗനം എന്ന് വേണ്ട അങ്ങനെയെല്ലാം വ്യത്യസ്ത കവിതകളിലായി നിറഞ്ഞു നിൽക്കുന്നുണ്ട്.രചന വൈഭവത്തിന്റെ അനന്യമായ തലങ്ങളിലേക്ക് വായനക്കാരെ വിരുന്നൂട്ടുന്നതാണ് ഫർഹാനയുടെ മനോഹരമായ കവിത സമാഹാരം. ജീവിതഗന്ധിയായ അനുഭവങ്ങളിലൂടെയാണ് എഴുത്തുകാർ പിറവി കൊള്ളുക എന്ന് പറയാറുണ്ട്. അത്തരത്തിൽ ഹൃദയത്തോട് സംവദിക്കുന്ന ഒരുപാട് കവിതാ ശകലങ്ങൾ ഇവിടെ കാണാൻ സാധിക്കും. വരികളിലൂടെ സഞ്ചരിക്കുമ്പോൾ അതൊക്കെ എല്ലാം ജീവനുള്ളതുപോലെ അനുഭവപ്പെടും. സാഹിത്യ മേന്മകൾക്ക് ഉപരിയായി കവിത പകർന്നു നൽകുന്ന ആശയങ്ങൾ എഴുത്തുകാരിയുടെ രചനകളെ വേറിട്ടതാക്കുന്നു. ലളിതമായ ഭാഷാ പ്രയോഗം കവിതാ സമാഹാരത്തിന്റെ സൗന്ദര്യം വർദ്ധിപ്പിക്കുന്നതു പോലെ അനുഭവപ്പെടുന്നു. ആഗ്രഹം, ആശ്വാസം, എത്തിനോട്ടം , തിളക്കം, വിധി, പ്രണയം, യാത്ര .... അങ്ങനെ നീണ്ടു നിവർന്നു കിടക്കുന്നു ഫർഹാനയുടെ കവിതകൾ.

ദൂരങ്ങൾ അളക്കാതെ യാത്ര പോകാൻ ഏറെ കൊതിച്ചു പോയ്....

മനസ്സിലെ എല്ലാം മായ്ച്ചു കളഞ്ഞു....

ഈ വരികൾ ഉൾപ്പെടെ പിന്തുടർന്നു വരുന്ന വരികളിലെല്ലാം കാണാനും കേൾക്കാനും അറിയാനും കഴിയുന്നു ഫർഹാനയുടെ ഭാവനയുടെ അർത്ഥ വ്യാപ്തി എത്രത്തോളമുണ്ടെന്ന് .

ഓരോ കവിതകളിലും കൂടുതലായും കാണാൻ കഴിയുന്നത് ഹൃദയത്തിന്റെ ഭാഷയിലാണ്.

ആരംഭത്തിന്റെ ന്യൂനതകൾ ധാരാളം കാണപ്പെടുക എന്നത് സ്വാഭാവികമാണ്.

സാഹിത്യ ലോകത്തേക്ക് ചുവടു വെയ്ക്കുന്ന ഫർഹാനക്ക് എല്ലാവിധ ഭാവുകങ്ങളും നേരുന്നതോടൊപ്പം ഇനിയും ഒരുപാട് സാഹിത്യ സൃഷ്ടികൾ ഫർഹാനയിൽ നിന്നും അക്ഷര കൈരളി പ്രതീക്ഷിക്കുന്നു.

സ്നേഹത്തോടെ
ഫിറോസ് ഖാൻ പുത്തനങ്ങാടി

ആമുഖം

ഒരു എഴുത്തുകാരി ആകണം എന്നത് വലിയൊരു സ്വപ്നമായിരുന്നു. ഒരു കവിതാസമാഹാരം ഇറക്കി സ്വപ്നം സഫലമാക്കണം എന്നത് കേവലം ഒരു ദിവാസ്വപ്നം മാത്രമായിരുന്നു. ഓരോ ദിനം കഴിയുംതോറും സ്വപ്നം സഫലമാക്കാനായ് ഒരുങ്ങി തുടങ്ങണം എന്ന ചിന്ത കൂടി കൂടി വന്നു. ഉറക്കമെല്ലാം മാറ്റിവെച്ചു രാപകലുകൾ ഇതിനായ് ചിലവഴിക്കാൻ തുടങ്ങി. എന്നാൽ ഈ ഒരു ഒരുക്കം ഇന്നിവിടെ യാഥാർഥ്യമാകുമ്പോൾ ഉള്ള എന്നിലെ സന്തോഷം വാക്കുകളിൽ പ്രകടമാക്കാൻ എനിക്ക് അസാധ്യമാണ്.

ഭാവനയിൽ വരുന്ന ഓരോ വരികളും കുറിച്ചു വെക്കൽ പതിവില്ലായിരുന്നു. പിന്നീടൊരിക്കൽ ഒമ്പതാം ക്ലാസ്സിൽ പഠിക്കുന്ന സമയത്ത് കേരളപിറവിയോടനുബന്ധിച്ച് എല്ലാകുട്ടികളും അവനവന്ന് സാധ്യമാകും കലകൾ ചെയ്യാൻ പറഞ്ഞു. ഓരോ ക്ലാസ്സിൽ നിന്നും മികച്ച രണ്ട് കലകൾ തിരഞ്ഞെടുത്ത് സ്കൂൾ മാഗസിൻ ഇറക്കാനായിരുന്നു അധ്യാപകരുടെ അറിയിപ്പ്. അന്ന് എന്റെ ക്ലാസ്സിൽ നിന്നും തിരഞ്ഞെടുക്കപ്പെട്ട കലകളിൽ ഒന്ന് ഞാൻ എഴുതിയ കേരള കവിത ആയിരുന്നു. ക്ലാസ്സ് അധ്യാപിക അന്ന് എന്നെ ഒരുപാട് അഭിനന്ദിച്ചു. അന്ന് മുതൽ ഒരു എഴുത്ത്കാരി ആകണം എന്ന ആഗ്രഹം പൂവിടാൻ തുടങ്ങി.

എന്നെ ഇങ്ങനെ ഒന്നിലേക് എത്തിപ്പെടാൻ പ്രശംസിച്ച അധ്യാപകരോടും എല്ലാത്തിലും കൂടെ നിന്ന് പ്രോത്സാഹനം നൽകുന്ന മാതാപിതാക്കളോടും എന്റെ പ്രിയപ്പെട്ട സുഹൃത്തുക്കളോടും ഒരുപാട് നന്ദിയും കടപ്പാടുമുണ്ട്. നേടിയെടുക്കാനാകില്ല എന്ന് മനസ്സിൽ തറച്ചു വെച്ചിരുന്ന സ്വപ്നത്തിന് ഇതൊരു ആദ്യകവാടമായ് നിങ്ങൾക്ക് മുന്നിൽ സമർപ്പിക്കുന്നു.

-ഫർഹാന. കെ

സൗമ്യത

ജീവിതാസ്വസ്ഥതകളിൽ ശാന്തമായ്,
ആത്മനിയന്ത്രണം നൽകുമത്രേ സൗമ്യത...

വേദനകൾക്കപ്പുറം, മനക്കരുത്തിൻ ലക്ഷണമത്രേ സൗമ്യത...

സൗമ്യതയുള്ളവൻ ഒരിക്കലും ദുർബലനല്ല,
ചിറക് വിരിച്ചു പറക്കും ശക്തനാണത്രേ...

പരുക്കൻ സ്വഭാവം നിയന്ത്രിച്ചു മറ്റുള്ളവരോട് ശാന്തമായ് ഇട
പെടാൻ,
സൗമ്യതൻ മനുഷ്യന് സാധിക്കുമത്രേ...

സൗമ്യതയുള്ളവൻ തൻ മനസ്സിനെ,
ആളുകൾ ആകർഷിക്കുമത്രേ...

തനിക്കും തൻ കൂടെയുള്ളവർക്കും, സൗമ്യത ഗുണം ചെയ്യുമത്രേ...

മനുഷ്യരാൽ ഒത്തുപോകാൻ,
സൗമ്യത സഹായിക്കുമത്രേ...

മൺജീവിയാം നമുക്ക് മനുഷ്യരോട്,
മനസ്സറിഞ്ഞു സൗമ്യമായ് പെരുമാറിടാം...

പരീക്ഷ

മനസ്സമാധാനം കളയും വിദ്യാർത്ഥിയുടെ ശത്രു...
പരീക്ഷയെത്തും വരെ പഠിച്ചോ പഠിച്ചോ പറഞ്ഞാലും,
പരീക്ഷയുടെ തലേ ദിവസം മാത്രം
പരീക്ഷയെ വരവേൽക്കും വിദ്യാർത്ഥി...
അവസാനം കൺതള്ളിമറിക്കും ചോദ്യങ്ങൾക്ക് മുമ്പിൽ,
തല കുനിച്ചിരിക്കും അവസ്ഥ...
അടുത്തുള്ളവനോട് ചോദിക്കാമെന്ന് വിചാരിച്ചാൽ,
പരീക്ഷാഹാളിലേക്ക് ക്ഷണിക്കാതെ
വന്ന നിശബ്ദത വായിൽ അടപ്പിടും...
അവസാനം അടുത്ത പരീക്ഷയെ
നല്ല പോലെ വരവേൽക്കാം,
എന്ന വെറും വാക്കാൽ പടിയിറങ്ങും പരീക്ഷഹാളിൽ നിന്ന്...

വായന

വായിക്കണം അതിരില്ലാതെ...
വായിച്ചാൽ ലഭിക്കും ലോകങ്ങൾ വേറെവിടുന്ന് ലഭിക്കും...
വായിച്ചു വായിച്ചു വായയിൽ അക്ഷരക്കൊട്ടാരം പണിയേണം...
വയറിനു ചോറ് വേണേൽ,
മനസ്സിന് വായനയും വേണം...
വായനയേക്കാൾ മുൻപന്തിയിൽ മറ്റെന്തുണ്ട് വളരാൻ...
വായനയെന്ന ലഹരിക്ക് നാമോരോരുത്തരും അടിമപ്പെടണം...

തലവേദന

തലയിൽ രൂപപ്പെടും വേദനയാണ് തലവേദന...
പലപ്പോഴും ഒഴിഞ്ഞു പോകാത്ത ഒരു വേദനയാണ് തലവേദന...

നമുക്ക് മാത്രമല്ല നാം മറ്റുള്ളവർക്കും,
പലപ്പോഴും ഒരു തലവേദനയായി മാറാറുണ്ട്...
നാം ഉണ്ടാക്കി വെച്ച തലവേദന,
നാം ഒഴിഞ്ഞു മാറി വേദനയക്കറ്റി കൊടുക്കണം...
നാവിൽ നിന്നും നാം ഒഴുക്കി വിടുന്ന,
 പല വാക്കുകളും മറ്റുള്ളവർക്കൊരു തലവേദന ആകരുത്...

മനസ്സ് വിങ്ങും നേരം മുഖത്ത് നോക്കി,
എന്തു പറ്റിയെന്ന് ചോദിക്കുന്നവരോട്,
പലരും പറയുന്നു 'ചെറിയൊരു തലവേദന'

ബാല്യകാലം

അറിയാതെ പോയ ബാല്യമോർത്ത്
ഓർക്കുമ്പോൾ കണ്ണുനീർ ഒഴുകും....
ബാധ്യതകളില്ലാത്ത എൻ ബാല്യമായിരുന്നു
ഇന്നത്തേക്കാൾ എനിക്കുത്തമം എന്ന് ഓർത്തുപോകുന്നു...
ചുറ്റുമുള്ളവരിൽ നിന്ന് ഇന്നും ഞാൻ
തേടുന്നു എൻ ബാല്യ സുഹൃത്തിനെ...
മരത്തണലിൽ കൺ പൊത്തി കളിച്ചതിന്നും
ഓർമയിൽ സഞ്ചരിക്കുന്നു...
വീണ്ടുമൊരു ജന്മം ഉണ്ടേൽ ജീവിച്ചു
തീർക്കണം എനിക്കെന്റെ ബാല്യകാലം...

സ്ത്രീ ജന്മം

ജനിച്ച മണ്ണിൽ വസിക്കാൻ ഭയക്കുന്നൊരു ജന്മം...
കാമക്കണ്ണുകൾക്ക് മുമ്പിൽ പതറി ഇടറുന്ന ജന്മം...
ദൈവം എന്ന് പലരും വിശേഷിപ്പിച്ച ജന്മം...
അവസാന ശ്വാസം പാറക്കല്ലിനു
താഴെയായ് ഭീകരർ ഉൾപ്പെടുത്തും ജന്മം...
കുഞ്ഞു പൈതലിൻ താരാട്ടു പാട്ടിൻ
മാധുര്യം നിറക്കും ജന്മം...
അടുക്കള കറുപ്പിൽ നാം കാണാതെ പോയ ജന്മം...
തൻ ജന്മം കൊണ്ട് പലർക്കും ജന്മം
നൽകാൻ കഴിവുള്ള പുണ്യ ജന്മം...

അതിഥി

നീ ലോകർക്കെല്ലാം ആരാണെന്ന് ചോദിച്ചാൽ ഞങ്ങൾ പറയും അതിഥി...
ലോകത്താർക്കും നിന്നെ ഇഷ്ടമല്ലെങ്കിലും,
ആരും നിന്നെ വിരുന്ന് വിളിച്ചില്ലെങ്കിലും,
എല്ലാവരിലും ഇന്നല്ലെങ്കിൽ നാളെ ഒരു അതിഥിയായ് വന്ന് കൊണ്ട് പോകും...

നീയെന്ന അതിഥിയോട് കൂടെയുള്ള ദീർഘ യാത്ര ഞങ്ങൾക്കാർക്കും ഇഷ്ടമല്ലെങ്കിലും,
കൂടെ പോരാൻ താല്പര്യമില്ലന്ന് ചൊന്നാലും,
നിന്റെ സൽക്കാരത്തിന് മുമ്പിൽ ഞങ്ങൾ ഒരു അതിഥിയായി മാറുകയാണ്...
നിൻ വിരുന്നിൽ ഞങ്ങളെ ഒഴിവുകളെ നീ പരിഗണിക്കുന്നില്ല...
തീർക്കാൻ ബാക്കി വെച്ച സ്വപ്നങ്ങളെ നീ കാതോർക്കുന്നില്ല...
അവധി ചോദിക്കും ഞങ്ങളോട് നീ ഒരുനിലക്കും താഴ്ന്നു തരുന്നില്ല...

അവസാനം നിർബന്ധിതമായ് നിന്റെ വിരുന്നിനു വഴങ്ങി നീയെന്ന അതിഥിയെ ഞങ്ങൾ വിളിച്ചു മരണം.

പറന്നുയരും മുമ്പേ

വർഷങ്ങൾക്ക് മുമ്പേ നിന്നെ
മാനത്തു സ്വപ്ന കണ്ട രണ്ടു
ജന്മങ്ങൾ നിന്റെ വീട്ടിൽ ഉണ്ട്...

കാലങ്ങൾക് മുമ്പേ നിന്നെ പറത്താൻ
പാട് പെട്ട രണ്ടു ജന്മങ്ങൾ ആണവർ...

കാലം മാറി കോലം മാറി നീ സ്വയം
പറക്കാൻ എത്തിയാൽ പറന്നുയരും
മുമ്പ് വന്ന വഴി മറന്നു പോകരുതേ...

കാത്തിരിപ്പിനൊടുവിൽ

കാത്തിരുന്ന കാലമത്രയും കൊഴിഞ്ഞു പോയ
എൻ നിമിഷങ്ങൾ വെറുതെയായിരുന്നോ...
കാലം കനിഞ്ഞേകിയ നിധി എന്നിൽ
അർപ്പിതമാകാൻ ഞാൻ ഈ മണ്ണിൽ
ലയിച്ചുപോകാണമായിരുന്നോ...

കാത്തിരുന്നു കാത്തിരുന്നു കാലം മായ്ച്ചു
കളഞ്ഞു നിൻ മിഴികളിൽ നിന്നെന്നെ...

കാലം എനിക്കായ് കാത്തു വെച്ച നീയെന്ന എൻ നിധിക്ക്,
എൻ പകരം കാലം മറ്റൊരു നിധി നിനക്ക് നൽകും...

കാലങ്ങൾ താണ്ടിയകന്നാലും കാലങ്ങൾ
നിനക്കായ് ഞാൻ കാത്തിരുന്ന
കാത്തിരിപ്പിനെ മറന്നു പോകരുതേ...

ഇരുട്ട്

പേരിൽ നീ ഭീകരനാണേലും,
ഭീകരർ മനുഷ്യരിൽ നിന്നും ഒറ്റപ്പെട്ടപ്പോൾ
കൂട്ടായത് നീ മാത്രമായിരുന്നു...

കാഴ്ചയിൽ നീ ഭീരുവാണേലും,
പല സ്വപ്നങ്ങളും ചിറകടിച്ചത്
നിന്നിലൂടെ ആയിരുന്നു...

ശക്തമായ് കൂരിരുട്ടിൽ നീ വന്നപ്പോഴും,
കഠിനമാം വേദനകൾ ആയിരുന്നു
ഞാൻ മറച്ചുവെച്ചിരുന്നത്...

പ്രപഞ്ചത്തിലാരും കാണാതെ പോയ
എൻ വേദനകൾ ശ്രവിച്ചതും നീ മാത്രമായിരുന്നു...

നിൻ ഇരുട്ടിൻ മറവിലെൻ,
കൺപോളകൾക്ക് നിലാവിൻ നിഴൽ
തന്നതും ഓർക്കുന്നു ഞാൻ...

നന്മയും തിന്മയും തിരിച്ചറിയാൻ സാധ്യമല്ലാ വിധം,
ഇരുട്ടായിരുന്നു പലപ്പോഴും എൻ കൂടെ...

ഇരുട്ടാണേലും നീ എനിക്ക് ചുറ്റും
പ്രകാശം പരത്തിയിരുന്നു...

സൗന്ദര്യം

സൗന്ദര്യം നീ ദർശിച്ചത് നിൻ മുഖത്താണേൽ,
ദൈവം ദർശിച്ചത് നിൻ ഹൃത്തിലെ സൗന്ദര്യത്തിലേക്കായിരുന്നു...

നീയെന്ന സൂര്യൻ ഉദിക്കുന്നത്തോടെ
ക്ലേശത്തിന്റെ കാർമേഘങ്ങൾ മായണം...

നിൻ സൗന്ദര്യം മറ്റുള്ളവരുടെ
ജീവിതകലഹത്തിനുള്ള വസ്തു ആകരുത്...
കുളിർമയേകും ശാന്തമുള്ള സ്നേഹമനസ്സിൻ ഉടമയാകണം...

മനുഷ്യന്റെ കൺകുളിർക്കും പകരം,
മനസ്സ് കുളിർക്കും സൗന്ദര്യമാകണം...
മുഖത്തെ സൗന്ദര്യത്തിന് കോട്ടം വന്നാൽ,
തീർന്നു പോകും നിൻ ഓരോ പ്രതീക്ഷകളും...

നെയ്തെടുക്കാം സമാധാന സൗന്ദര്യം
നാമേവരുടേയും ഹൃദയത്തിൽ...

ആശ്വാസം

ആശ്രിതരെ ആട്ടിയോടിക്കാതെ,
പകർന്നു നൽകണം ആശ്വാസ വാക്കുകൾ...
നിരാശയായവരെ ഒരിക്കലും കൈഒഴിയാത്ത സ്നേഹത്തിന്റെ
ഔദാര്യവാനായ വ്യാപാരിയാകണം...
സ്നേഹത്തിനും പരിചരണത്തിനുമുള്ള മനുഷ്യന്റെ ആഗ്രഹം
പരമ സത്യമാണ്...
സൂര്യനിൽ നിന്ന് പ്രകാശമാണ് നാം പ്രതീക്ഷിക്കാറ്...
മനുഷ്യ സ്നേഹത്തിന്റെ കിരണങ്ങളിൽ,
സൗരപ്രഭയായിരിക്കണം ആശ്വാസമേകും സന്മനസ്സ്...

തിളക്കം

നിൻ പാടത്തു തലയുയർത്തി നില്കും
വാഴയെ നീ കണ്ടാൽ,
കുലച്ചിട്ടുണ്ടോ എന്ന് നീ ശ്രദ്ധിക്കും...
മാനത്തു തട്ടും പഴക്കുലകൾ പറിച്ചു
ഓഹരി വെക്കാൻ നീ തുടിക്കും...
നാനാഭാഗത്തുള്ളവർക്ക് നൽകി നീ അഹങ്കരിക്കും...

ഒരുനിമിഷം പാടത്തെ കർഷകനെ
നോക്കിയിരുന്ന് നീയൊന്ന് ചിത്രീകരിക്കണം,
വാഴയെ മാനത്തോളം ഉയർത്തിയ കർഷകന്റെ കാലിലെ മുറിവു
കളുടെ തിളക്കം നീ കൺതുറന്ന് കാണണം...

പ്രതീക്ഷയുടെ പൊൻതൂവൽ

നീ ആരോ, എതോ, എവിടെയോ,
എങ്കിലും നിന്നെ തേടിയുള്ള
യാത്രയിലാണ് ഞാൻ...

തീരാ മോഹങ്ങളാൽ ബന്ധിതമായ
കൂട്ടിൽ മൗനമായ് വിതുമ്പുമ്പോഴും,

അകലെ ആണേലും ഒരുനാൾ
നിന്നെ കണ്ട്മുട്ടും എന്ന പൊൻപ്രതീക്ഷയിലാണ് ഞാൻ...
പൂവണിയും ആ വസന്തനാളിനായ്

ഏറെ കൺകുളിർമ്മയോടെ
പ്രതീക്ഷിച്ചിരിക്കുന്നു ഇന്നും ഞാനിവിടെ...

ആഗ്രഹം

കാലങ്ങൾ ഒരുപാട് ജീവിച്ചു,
ആഗ്രഹങ്ങൾ അതിലേറെ കുന്ന് കൂട്ടി...
സാധ്യമാകും ആഗ്രഹങ്ങൾ,
നൂൽപ്പൊട്ടിയ മുത്തുകൾ തുള്ളിച്ചാടുംപോൽ വരിവരിയായ് പൂവണിഞ്ഞു...
പിന്നിൽ നിന്ന് എന്തോ തടസ്സമായ് ഇന്നും അവശേഷിക്കുന്നു...
എന്തോ നടക്കാതെ പോയ എൻ ആഗ്രഹങ്ങളാകുമോ, പിറകിൽ നിന്നും വീണ്ടും വീണ്ടും തള്ളികൊണ്ട് പോകുന്നത്...
കാലമേ എന്നെ മണ്ണിലേക്ക് യാത്രയാക്കും മുമ്പ് ആഗ്രഹങ്ങളാൽ ഞാൻ ചിറകു വിടർത്തി പറക്കുമോ....?

അകക്കണ്ണ്

കണ്ണ് വേണമിരുപുറമെപ്പോഴും..
കണ്ണ് വേണം മുകളിലും താഴെയും...
കണ്ണിനുള്ളിൽ കത്തി ജ്വലിക്കും ഉൾക്കണ്ണ് വേണം...

കണ്ണുണ്ടായിട്ടും കണ്ണിൻ വിലയറിയാതെ പോകുമ്പോൾ,
ഉള്ള കണ്ണ് ചൂഴ്ന്നെടുത്ത് ഉൾകണ്ണ് കൊണ്ട് കാണാൻ ശ്രമിക്കണം...
കണ്ണിൽ കണ്ട നോവിൻ പുസ്തകത്തെ
കണ്ണിലെന്നും സൂക്ഷിക്കണം...

മഴ

കിനാവ് പൊട്ടി വീണ രാവിന്റെ വരമ്പത്ത്,
പെയ്തിറങ്ങും മഴക്കെന്തൊരു ചന്തമാ...
പ്രണയ വർണ്ണങ്ങളുടെ ശലഭമഴ...

മഴ വന്നു കൊഞ്ചും നേരം കൂടെ മറ്റൊരാൾ കൂടി വന്നെൻ ജാല
കം തുറന്നെന്റെ കിനാകൾക്ക് ഏറെ ശോഭ പകർന്നു...

മറക്കാനാകില്ലെന്ന് കരുതിയ ഓർമ്മകൾ മഴ വന്നെന്നിൽ നിന്ന്
തഴുകി കൊണ്ടുപോയ്...

മഴയെന്ന ലഹരിയിൽ മഴ നൂൽ കൊണ്ട് കോർത്തു ഞാനൊരു
മണിയറ...
നിറനിലാവ് നെയ്തൊരീ മഴ ഹൃത്തിലെ ഒഴുകിടും മധുര വസ
ന്തമായ് മാറി...

അകവും പുറവും ചുട്ടുപൊള്ളും വേനലിൽ തഴുകിടും നിന്നെ
ഒരുപാട് ഇഷ്ടമാണെനിക്ക്...

പാഥേയം

എവിടേക്കെന്നറിയാതെ,
മുന്നറിയിപ്പ് നൽകാതെ,
എനിക്കു പാഥേയം ഒരുക്കി വെച്ച്,
എൻ അച്ഛനമ്മ യാത്രായായ്...

പിന്നീട് എല്ലാം മറന്നു നാം ഓടി അകലുന്നു ഭൂമിയിൽ,
സംസ്കാരം എല്ലാം മാറിപ്പോയ് ...
ശീലങ്ങളും നാം അറിയാതെ തെന്നി വീണുപോയ്...

എൻ അച്ഛനമ്മതൻ അവരുടെ യാത്ര മുന്നേ നേരിൽ കണ്ടൊരു
ക്കിവെച്ചു ഭൂമിയിൽ എൻ പാഥേയം...

ഇന്ന് ഞാനും ഒരുക്കി വെക്കുന്നു
എൻ ഉല്ലാസയാത്രക്കായ് ഉള്ള പാഥേയം...
പക്ഷെ അച്ഛനമ്മ ഒരുക്കി വെച്ചപോൽ തിരിച്ചു വരാത്ത യാത്ര
ക്കായ് ഞാൻ ഒരുക്കി വെച്ചില്ലൊരുപാഥേയവും...

ഉല്ലാസ യാത്ര

ജീവിതമെന്ന ഉല്ലാസ യാത്ര...
കുറച്ച് കാലം ജീവിക്കാൻ ഭൂമിയിൽ വന്നു...
വിപ്ലവങ്ങൾ തീർത്തു ഞാനും നീയും
എന്തൊക്കെയോ ഈ യാത്രയിൽ പഠിച്ചു...
സ്നേഹവും സന്തോഷവും, സങ്കടവും, എല്ലാം എല്ലാം ആഴത്തിൽ
പഠിച്ചു വെച്ചു...

ചരിത്രത്തിൽ എഴുതപ്പെട്ടവരുടെ
ഉല്ലാസ യാത്ര ഇന്നും ഭൂമിയിൽ തുടർന്നുകൊണ്ടിരിക്കുന്നു..

ഒന്നുമല്ലാത്തവർ എന്നെന്നേക്കായ്
ഓർമകൾ എല്ലാം മണ്ണിൽ ലയിപ്പിച്ചു
ജീവിതമെന്ന ഉല്ലാസ യാത്ര അവസാനിപ്പിക്കുന്നു...

കണ്ണാടി

ജീവിതം ഒരു കണ്ണാടി പോലെയാണ്...
നാം ചിരിച്ചാൽ മാത്രമേ അത് തിരിച്ചും
പുഞ്ചിരി തൂകുകയുള്ളു...
നാം കരഞ്ഞാൽ തിരിച്ചും കരയുന്നു...

കണ്ണാടി ചില്ല്പോലെ വീണെടുത്ത
ചിന്തകളിലെപ്പോഴും നിൻ പുഞ്ചിരി
മാത്രം മഴവില്ല് പോലെ ഉണർന്നിരിക്കുന്നു...

ചിരിക്കാൻ മറന്നു പോയ മുഖത്തോട്
കണ്ണാടി പരിഭവം പറഞ്ഞു തുടങ്ങിയപ്പോൾ,
പിന്നീടങ്ങൊട്ട് ചിരിക്കാൻ തുടങ്ങി...
അവസാനം അഭിനയ ചിരിക്കു
മുമ്പിൽ തോറ്റു കണ്ണാടി താഴെ ചാടി ആത്മഹത്യ ചെയ്തു...

വിശപ്പ്

ചുറ്റുമുള്ള വീടുകളിൽ പരീക്ഷണാലയം തുടങ്ങുമ്പോൾ,
തൻ വീട്ടിൽ സ്റ്റാറ്റസ്സുകളിൽ പരീക്ഷണാലയം തീർക്കുന്നു...

അമ്മ വിളമ്പിയ കഞ്ഞി കുടുക്കയിൽ ബാക്കിയായത് വിശപ്പാണെ
ന്ന് അറിയാത്ത മകൻ,
തൻ അച്ഛനോട് ചോദിക്കുവാ വിശപ്പെന്താണച്ഛാ, ടീച്ചർ തന്ന
ഹോം വർക്ക് ആണ്...

ഭൂമിയിലെ ഏറ്റവും വലിയ വേദന സഹിക്കുന്നത് കൊടൽ കരിയും
വിശപ്പ് സഹിക്കും പാവങ്ങളാണ്...

അമ്മേതൻ കൈ കൊണ്ട് നൽകിയാലേ കഴിക്കു എന്ന് പറയുന്ന
മക്കൾക്കിടയിലുമുണ്ട്,
ആരെങ്കിലും ഒന്ന് എന്തെങ്കിലും നൽകിയാൽ ഉള്ളത് കൊണ്ട്
ജീവിച്ചു പോകാമെന്ന് പറയുന്ന ജന്മങ്ങൾ...

ഒരു വറ്റിനായ് കെഞ്ചുന്ന ജീവിതങ്ങൾക്കിടയിൽ,
ആയിരം വറ്റുകൾ പാഴാക്കി കാലം തള്ളി മറിക്കുന്നു...

പലപ്പോഴും വരികളിൽ നമുക്ക് പ്രേരണ നൽകുന്നത്,
വേദനിപ്പിക്കും ചില ചിത്രങ്ങൾ ആണ്...

മൂക സന്ധ്യ

കാലം എനിക്കൊരു കാലം നൽകിയിരുന്നു...
ചെറുകാര്യത്തിൽ പോലും വൻവഴക്ക് കാണിച്ചിരുന്ന കാലം...

പുലരിയിൽ നിന്നെന്നെ ഉണർത്തി,
പ്രാതൽ കർമ്മങ്ങളെല്ലാം ചെയ്തു തന്ന്,

നെറ്റിയിൽ ഒരു ഉമ്മ തന്ന് വീടിൻ പടിവാതിൽ നിന്നെന്നെ ബാല വാടിയിലേക്ക് യാത്ര അയച്ചു എൻ അമ്മ...

സന്ധ്യയാം നേരത്ത് വീട്ടിൽ വന്നാൽ ഉണ്ടൊരു മൂകത...

കുളിക്കാൻ മടി, പഠിക്കാൻ മടി, എന്തിനും മടി പിടിച്ചു ഉമ്മറപ്പടി യിൽ താടിക്ക് കൈ വെച്ചൊരു ഇരുത്തമുണ്ട്...

ചുറ്റുമുള്ളവർ പറഞ്ഞത് കേൾക്കാതെ നാളെത്തെ ബാലവാടി യിലേക്കുള്ള യാത്രയെ കുറിച്ചോർക്കും മൂക സന്ധ്യ...

പൊൻ പുലരി

ഉറക്കിൽ നിന്നുണർന്നപ്പോൾ,
പൊൻപുലരിയെ നീ നൽകി എനിക്കൊരായിരം ഊർജ്ജം...

നിൻ കുളിർ തെന്നലിൽ ഒരു നീണ്ട
യാത്രയെ ഞാൻ മോഹിച്ചു പോയ്...

വീട്ടിലെ പൂമുറ്റത്തിറങ്ങി നിന്നെ കൺ
കുളിർക്കേ കണ്ട് നിൽക്കാൻ എന്തൊരു ആനന്ദം...

പൊൻ കുയിലുകൾ കലപില ശബ്ദത്താൽ നിൻ പുലരിൽ,
ആനന്ദനിർത്തമാടുന്നത് കണ്ടുണരാൻ എന്തൊരു ചേല്...

തെങ്ങോലകൾ നിൻ വസന്തത്തിൽ ആനന്ദനിർത്തമാടുമ്പോൾ
ഇമ്പമേറുന്ന പ്രഭാതം എന്നിലും വളർന്നു വരുന്നു...

വിടർന്ന പുഞ്ചിരിയാൽ തല ഉയർത്തി നില്കും പുഷ്പത്തിൽ
തേൻ നുകരാൻ വന്നു ചിത്രശലഭങ്ങൾ...

തീരാ നഷ്ടം

ചാരത്തില്ലേലും മനസ്സ് മുഴുവൻ
നീയും നിൻ ഓർമകളും മാത്രമാണ്...

എന്തിനോ വേണ്ടിയുണ്ടായ നമ്മുടെ
പിടിവാശിക്കു പിറകിൽ ഇന്ന് നീയും
ഞാനും തീരാ നഷ്ടത്തിലായ്...

നിന്നിലെ ഞാനും എന്നിലെ നീയും
ഇന്നെവിടെയോ തനിച്ചിരുന്നു
മിഴിനീർ വാർക്കുന്നു...

വാക്കുകൾക്ക് മുമ്പിൽ അന്ന് നാം
തോറ്റു കൊടുത്തിരുന്നേൽ,
തീരാ നഷ്ടത്തിന് മുമ്പിൽ ഇന്ന് നാം വിജയിച്ചിരുന്നു...

കലാലയം

ചിതറി കിടന്നവരെ ചേർത്തിനിറുത്തി എൻ കലാലയം...
ഓർമ്മകളുടെ ചില്ലിൻ കൊട്ടാരം പൊട്ടിച്ചെറിഞ്ഞു
തറച്ചു നില്കും ഓർമകൾ ഇന്നും ഈ ഹൃദയത്തിൽ...

നിന്നിൽ കോർത്തു വെച്ച ഓർമകളെ
ഓർത്തു ഇന്നും ഒരുപാട് മനസ്സുകൾ വിങ്ങിടുന്നു...

മരത്തടികളിലും ഡെസ്കുകളിലും
കൊത്തതുപണി കഴിച്ച പേരുകൾ...

ആരുടെക്കെയോ മുന്നിൽ എന്തിനോ
വേണ്ടി ഏറ്റു വിളിച്ച മുദ്രാവാക്യങ്ങൾ...

എല്ലാം എല്ലാം ഇന്നും അവിടെ അവശേഷിക്കുന്നു...
അന്ന് ഇറങ്ങി പോന്നത് നമ്മൾ മാത്രമായിരുന്നു...
ഓർമകൾ ഇന്നും ആ മൺതരികളിൽ പാറിപ്പറക്കുന്നു....
ഓർമകളാൽ ഞാൻ ഇന്നും
അവിടെ ഒരുപാട് സ്വന്തമാക്കിയെങ്കിലും,
ആ പടിവാതിലിൽ ഞാൻ ഇന്ന് അന്യനാണ്...

ചിത്ര ശലഭം

പുള്ളിയുടുപ്പണിഞ്ഞ് എൻ പൂന്തോട്ടത്തിൽ
തേൻ നുകരാൻ വരും ചിത്ര ശലഭമേ...

പുള്ളിച്ചിറകുള്ള നിൻ പുത്തനുടുപ്പ്
കാണാനെന്തു ചന്തമാ...

അഴകു തുടിച്ചു പൂക്കളെ തേടി
പൂന്തേൻ നുകരാൻ വന്നിടുമോ നീ...

വർണ്ണങ്ങൾ വാരി വിതറിയ നിൻ
ചിറകിൽ എന്നെ കയറ്റി ചിറകടിച്ചു പറക്കാമോ...

പൂവിൽ നിന്നും ഉണ്ണൽ കഴിഞ്ഞു മടങ്ങും നിന്നോട്,
യാത്ര പറഞ്ഞെൻ പുള്ളിപ്പുഷ്പം...

കൺ കുളിർമ

അമ്മയാണ് സത്യം...
അമ്മയാണെൻ കൺമുന്നിലെ ദൈവം...
അമ്മതൻ സ്നേഹം വാക്കുകളിൽ
പ്രകടമാക്കാൻ സാധ്യമല്ലെനിക്കൊരിക്കലും...
ദൈവത്തിൻ നന്മകൾ എല്ലാം,
ഈ മണ്ണിൽ എൻ അമ്മക്ക് മാത്രം...
ആനന്ദമാണ്, അനുഭൂതിയാണ്,ആശ്വാസമാണ്
എൻ അമ്മയെനിക്ക്...
അമ്മ ചെയ്ത ത്യാഗത്തിൻ പകരമാകില്ല എൻ ജീവിതകാലമത്രയും...
എന്നുമെൻ മുറിവിന്റെ വേദന മാറ്റാൻ
അമ്മതൻ വാക്കുകൾക്ക് കഴിയും...
ആദ്യമായൊരുമ്മ തന്ന് ഉള്ളിൽ
നിറയെ സ്നേഹം ചൊരിഞ്ഞു,
മാറിൽ ചായ്ച്ചുറക്കി എൻ അമ്മ...
അവസാനം എൻ അമ്മയെ ദൈവം
തിരിച്ചു വിളിച്ചപ്പോൾ ഈ ലോകത്തിന്നും
ഞാൻ തനിച്ചായ്...

പ്രണയം

പ്രണയം എന്തെന്നറിയാത്ത കാലത്ത് ഭ്രാന്തമായി സ്നേഹിച്ച്,
പിന്നീട് ഒരുകാലത്തും തിരിച്ചുകിട്ടാനാകാത്ത ഓർമകളായ് മാ
ത്രം തീർന്നു പോകും...

തിരിച്ചു കിട്ടില്ലെന്നറിഞ്ഞിട്ടും
തിരിഞ്ഞു നടക്കാതെ,
തിരിച്ചൊന്നും പ്രതീക്ഷിക്കാതെ,
തിരഞ്ഞു തിരഞ്ഞു വീണ്ടും വീണ്ടും തിരഞ്ഞവനെ തന്നെ
തിരിഞ്ഞു നോക്കിയിരിക്കും...

കാലം ഒരുപാട് കൊഴിഞ്ഞു പോയ്,
വിധി തനിക്കായ് കാത്തു വെച്ച നിധിയെ കിട്ടിയപ്പോൾ തേടി നടന്ന
കന്നതെല്ലാം വെറുതെയായിരുന്നെന്ന് തിരിച്ചറിഞ്ഞു പോകും...

അവസാനം
കാലം വിധിച്ച നിധിക്കൊപ്പം,
ലോകം മുഴുവൻ സഞ്ചരിച്ചു പ്രണയം എന്തെന്ന് കണ്ടെത്തി...

യാത്ര

ദൂരങ്ങൾ അളക്കാതെ യാത്ര പോകാൻ ഏറെ കൊതിച്ചു പോയ്...
മനസ്സിലെ എല്ലാം മായിച്ചു കളഞ്ഞു കാലിയാം ഹൃത്തിനാൽ ലോകം ചുറ്റാൻ മോഹിച്ചു പോയ്...

പാതിവഴിയിൽ എത്തിയാൽ വീണ്ടും വന്നു ചേരും പല ഓർമ്മകളും...
കണ്ണിമകൾ പതിയെ ചിമ്മിയടയുമ്പോഴും,
കൺ തുറന്നാൽ വീണ്ടും ഒരു ഒഴുക്ക് ചാൽ പോലെ ഹൃത്തിൽ എന്തോ ഒഴുകികൊണ്ടിരിക്കുന്നു...
മണ്ണെന്നെ വിരുന്ന് വിളിക്കും വരെ യാത്രയിൽ തന്നെ തുടർന്നിടാം...

കാറ്റ്

മഴ വന്ന് ചിണുങ്ങി കൊഞ്ചിയപ്പോഴാരോ,
എൻ കതക് തുറന്ന് പതിയെ എൻ അരികിൽ
ചാഞ്ഞു വീശി...

കോരിച്ചൊരിയാൻ നേരം എന്നെ
വാരിപ്പുണർന്നു ശക്തമായ് വസന്തമേകി...

കാതിലെന്തോ മൂളി കൊണ്ട്,
ഹൃത്തിലെ നോവിൻ കടലാസ്
എടുത്ത് മഴയത്ത് കൊണ്ട് പോയ് നനച്ചു...

മഴ വന്നു ഉമ്മറത്തെ പ്ലാവിലെ ഇലകൾ കോഴിച്ചപ്പോൾ,
കതക് തുറന്ന് വന്നവൻ എൻ ഹൃത്തിലെ
മായാ നോവുകൾ പറിച്ചു മഴയിൽ ലയിപ്പിച്ചു കളഞ്ഞു...

നീ വാരിപ്പുണർന്ന നേരം മണ്ണിൻ
സുഗന്ധം ഞാൻ ആസ്വദിച്ചിരുന്നു...

മഴയിൽ കുളിരേകും വസന്തമായ് വന്നു കാറ്റേ നീ...

ദൈവസ്മരണ

സന്തോഷിക്കണം,
നിൻ സന്തോഷവേളയിൽ..
ദുഃഖിക്കണം,
നിൻ കുറ്റകൃത്യത്തിൽ...
ആസ്വദിക്കണം,
ജീവിതകാലം മുഴുവനും...
പുഞ്ചിരിക്കണം,
ഓരോ നിമിഷവും...
കരയണം,
ആരും കാണാതെ നിൻ ദുഃഖവേളയിൽ...
ഓർത്തീടെണം,
മരണത്തെ എല്ലായിപ്പോഴും,
മുന്നറിയിപ്പില്ലാത്ത വിരുന്ന് വിളിക്കും മുമ്പ്...
കാലം ഒരുപാട് ജീവിച്ചു മരിച്ചു പോയാൽ,
സന്തോഷ ദുഃഖവേളയിൽ ദൈവത്തെ പിന്നെ ആര് ഓർത്തിടും...?
ജീവിച്ചിടും കാലമത്രയും നിൻ ഓരോ നിമിഷങ്ങളും,
നിൻ ഓരോ സാഹചര്യങ്ങളിലും ദൈവത്തെ സ്മരിച്ചിടേണം...
ലോകം മുഴുവൻ നിനക്ക് കൂടെയുണ്ടായാലും,
ദൈവം മാത്രം കാവലുണ്ടാകുന്ന ഒരു ദിനം വരാനുണ്ട്...

സാങ്കേതികതയുടെ കൊലക്കളി

സാമൂഹ്യ ജീവിയാം നാം
സാങ്കേതികതയുടെ ഇരകളാകരുത്...

സാമൂഹ്യ ക്ഷേമത്തിനുള്ള
ഇന്ധനമായിരിക്കണം സാങ്കേതിക മുന്നേറ്റം...

ദിശ തെറ്റിയ സാങ്കേതികത
പൈശാചികമാണത്രേ...

നേർവഴിയിലൂടെ നടന്നു നീങ്ങണം
നാം സാങ്കേതികതയിൽ...

മൂർച്ചയേറും വാളായ് സാങ്കേതികത,
ജീവിതത്തിലെ കൊലയാളിയായ് മാറരുത്...

സൂക്ഷിച്ചീടും നാളുകൾ നമുക്ക്
കൊലയാളിയുടെ വാളിൻ തലപ്പിൽ നിന്ന് രക്ഷനേടാം...

ജ്ഞാനവും പ്രവൃത്തിയും

എഴുത്ത് നിസ്സാരമല്ല...
ജ്ഞാനം ബീജമെങ്കിൽ കർമ്മം വിളഭൂമിയാണേ...

ജ്ഞാനത്തോളം മൂർച്ചയേറും
ആയുധം ഇന്ന് മറ്റൊന്നില്ല...

നേടിയെടുത്ത ജ്ഞാനത്താൽ
പ്രാവർത്തികമാക്കണം ജീവിതത്തിൽ...

ജ്ഞാനങ്ങൾ പെട്ടിയിൽ താഴിട്ട് പൂട്ടാൻ ഉള്ളതല്ല...
ജ്ഞാനത്താൽ ലോകം കീഴടക്കാൻ സാധ്യമാകും...

ജ്ഞാനവും പ്രവർത്തിയും ഒരുമിച്ചു നിയന്ത്രിക്കണം...
പഠിച്ചതൊന്നും പ്രവർത്തനം മറ്റൊന്നും ആകരുത്...

നിലാവ്

പ്രതീക്ഷയുടെ നാളുകൾ നിന്നിലായ് ലയിച്ചു നിലാവേ...
ഓരോ രാവിലും നിന്നെ തേടി യാത്രയായ് ഞാൻ...
കാത്തിരുന്ന വസന്തം നിന്നിലായ് ഒഴുകവേ,
നേടിയെടുത്തു ഞാൻ ജീവിതമെന്ന യാഥാർത്ഥ്യത്തെ...
ഇരുട്ടെന്നെ ഭയപ്പെടുത്തുമ്പോൾ,
പ്രകാശമാൽ ഉദിച്ചു നീയെൻ മിഴികളിൽ...
ഓർമ്മതൻ കാലം തൊട്ടേ നിന്നിലായ് കലർന്നു ഞാൻ...
നിൻ നിലാവിൽ ഉദിക്കും നക്ഷത്രമായ് പാറിപ്പറന്നുയരാൻ ഈ
ഭൂമിയിൽ നിന്ന് ഞാനും യാത്രയായ്...

ഒന്നുമില്ല

ഒരു ചെറു പുഞ്ചിരിയിൽ
ഒന്നുമില്ല എന്നൊരു വാക്കുണ്ട്,

പലരോടും പലപ്പോഴും പലരും പലതും
ചോദിക്കുമ്പോൾ എന്തിനും ഉള്ള മറുപടി ആയിരിക്കും ഒന്നുമില്ല...

എന്നാൽ കുന്നോളം വേദനകൾ
താങ്ങുന്ന ഒരു വാചകമാണ് ഒന്നുമില്ല...

തന്റെ വേദന മറ്റുള്ളവരുടെ
വേദനയാകരുത് എന്നുള്ള മനോഭാവം

ഉള്ളിൽ ഒതുക്കിയുള്ള ഈ ഒരു
വാചകം എല്ലാവരുടെയും ജീവിതത്തിലെ
ഒരു പ്രധാന പദം ആയി മാറിയിരിക്കുന്നു...

മധുരം

വാർദ്ധക്യത്തിൽ നിൻ അമ്മയെ ഉറുമ്പരിച്ചപ്പോഴും,

ഉറുമ്പറിഞ്ഞ നിൻ അമ്മതൻ മധുരം നീ അറിഞ്ഞില്ല...

യുവത്വമാം അമ്മതൻ കാലത്തിൽ നിനക്ക് നൽകിയ സ്നേഹത്തിൻ മാധുര്യം നീ ആസ്വദിച്ചില്ല...

നിൻ ചെറുപ്പ കാലത്തിൽ വാരിപ്പുണർന്ന് നുണഞ്ഞപ്പോഴും,
ആ വാത്സല്യത്തിൻ മാധുര്യം നീ അറിഞ്ഞില്ല...

നിൻ അമ്മതൻ മാധുര്യം ഉറമ്പിലൂടെ,
കാലം തന്നെ സത്യമായ് തെളിയിച്ചു...

ക്ഷമ

ഒരു പിടി ക്ഷമ മതിയേ,
ഒരു വണ്ടി തലച്ചോറിന് പകരം...

വേദനയാം ഓർമകളിൽ നിന്നും,
മൂർച്ഛയേറും കോപത്തിൽ നിന്നും,
മോചനമാണ് തൻ ക്ഷമ...

ദേഷ്യത്തിൽ ചെറു നിമിഷം നീ ക്ഷമിക്കവേ,
ദുഃഖത്തിൻ ആയിരം ദിനം നിനക്ക് രക്ഷയേ...

ഭൂമിയോളം നിന്നെ താഴ്ത്തിയവരോട്,
ക്ഷമിക്കൂ നീ ആകാശത്തോളം...

നിൻസ്വപ്നച്ചിറകുകൾ അരിഞ്ഞെടുത്തവരോട്,
ക്ഷമിക്കൂ നീ വിജയിക്കുവോളം...

വേദനകൾ നിറഞ്ഞ നിൻ മനസ്സിനെ കൊത്തിനുറുക്കിയവരോട്,
ക്ഷമിക്കൂ നീ ദൈവത്തോളം...

പഠിക്കുവിൻ ക്ഷമിക്കുവാൻ,
നേടുവിൻ സൗഹാർദ്ധ ജീവിതം...

മരുപ്പച്ച

ഇന്ന് ഞാനൊരു യാത്രയിലാണ്...
എങ്ങോട്ടെന്നറിയില്ല...
കൂട്ടിനാരുമില്ല...
എന്തിനുള്ളതാണെന്നറിയില്ല...
ആരേതേടിയാണെന്നറിയില്ല...
മുന്നിലുള്ള വഴി ഏതെന്നറിയില്ല...
ഒറ്റക്കുള്ള എൻ യാത്ര എവിടെ അവസാനിക്കുമെന്നറിയില്ല...
ആരാണെന്നെ ഒറ്റക്കാക്കി അകന്നത്?
അതോ.. അകലെ മരുപ്പച്ചകൾക്കപ്പുറം എന്നെ കാത്ത് ആരെങ്കിലും ഇരുപ്പുണ്ടെന്നറിയില്ല...

നന്മ

നമ്മെ ഉറ്റുനോക്കും നമുക്ക് ചുറ്റുമുള്ളവർ,
ആയിരം നന്മകൾക്കിടയിൽ നിന്നും
തിരഞ്ഞെടുത്തു ഒരു തെറ്റിനെ...

കുത്തിക്കീറും കഠാര പോൽ വേദനിപ്പിക്കുമവർ,
അവരുടെ മൂർച്ചയേറും വാക്കുകളാൽ...
നമ്മുടെ നന്മയാം മനസ്സിനെ കണ്ട് സഹിക്കാൻ കഴിയാതെ,
തുടർന്ന് കൊണ്ടിരിക്കും അവർ നമുക്ക് നേരെ നമ്മെ വീഴ്ത്തിടാൻ...
പിടിവാശിയാലോ അഹംഭാവത്താലോ നേടാനാകില്ല,
നമുക്കൊരു വിജയവും...

കാർമേഘത്തിൽ നിന്നും പൊട്ടി വീഴും ചാറ്റൽ മഴ പോൽ,
നന്മകൾ ചെയ്ത് മുന്നോട്ട് പോകാം നാമേവർക്കും...
പുച്ഛിക്കുന്നവരെ പരാജയപ്പെടുത്താൻ,
നമ്മുടെ ആയുധം ഇതുതന്നെ...

വിധി

ചിലതങ്ങനെയാണ്, ആഗ്രഹിച്ചതെല്ലാം
മഞ്ഞു പോൽ പോയ് മറയും..

മറ്റുചിലത് ഓർക്കാത്ത നേരത്ത് വന്നു പതിയും..
ചിലകാത്തിരിപ്പുകളിൽ,
ലഭിക്കുമെന്ന പ്രതീക്ഷയുടെ മധുരവും,
കിട്ടില്ലെന്ന യാഥാർത്ഥ്യത്തിന്റെ കയ്പ്പും
വിധിയാൽ കലർന്നിട്ടുണ്ടാകും..

നിൻ തീരുമാനങ്ങൾ ആയിരുന്നു
നിൻ വിധിയെങ്കിൽ,
സ്വർഗമായിരുന്നു നിൻ ജീവിതം
ഈ ഭൂമിയിൽ..

ആഗ്രഹങ്ങൾക്കപ്പുറം നിരാശയും,
നിരാശകൾക്കിപ്പുറം പ്രതീക്ഷയും,
നൽകുന്നതിനെ നമുക്ക് വിളിക്കാം വിധി.

വിഭാഗീയത

വിശ്വാസമേതായാലും നാമെല്ലാവരും
ദൈവസൃഷ്ടികളാണ്...
വിഭഗീയതയ്ക്ക് എവിടേയുമൊരിടമില്ല.

മനുഷ്യരാം നാം ഇരുകരങ്ങളാൽ
സമത്വമെന്നൊരാശയം കൈകോർത്തീടനം..
നിറമോ, ദേശമോ, ഭാഷയോ, മനുഷ്യ
മഹത്വത്തിന് അടിസ്ഥാനമല്ല.

ഞരമ്പുകളിലൂടെ ഓടുന്ന രക്തം
പോലും തിരിച്ചറിഞ്ഞു ഇമ്പമുള്ള
സ്നേഹതലോടലുകളായിരിക്കണം
മനുഷ്യരാം നാം കൈമാറേണ്ടത്..

ഇലത്തുമ്പുകളിൽ വീഴുന്ന മഴയുടെ
തലോടൽ പോലെ വിശുദ്ധമാണ്
ഹൃദയ തന്ത്രികളിൽ നിന്നുയരുന്ന
സൗഹൃദത്തിന്റെ തലോടൽ..

മനുഷ്യരാം നമുക്കിടയിൽ
വേർതിരിവുണ്ടാക്കുന്നതൊന്നും
ഈ ഭൂമിയിൽ ഇനി
പിറക്കാതിരിക്കട്ടെ.

മനുഷ്യനെന്ന വിഷം

മധുരമാം നിൻ വാക്കുകളിൽ അലിഞ്ഞതതും,
സ്നേഹസ്പർശത്താലുള്ള നിൻ തലോടലും,
വാരിപ്പുണർന്നുള്ള നിൻ പുഞ്ചിരിയും,
കൈകോർത്തുകൊണ്ടുള്ള നിൻ യാത്രകളും,
എല്ലാം എല്ലാം എൻ ഉള്ളറിയാൻ മാത്രം
നിൻ തന്ത്രമായിരുന്നെന്നറിഞ്ഞില്ല...

രക്തക്കറ പൂണ്ട എൻ തുണിക്കഷ്ണത്തിനായ്
നീ ആഗ്രഹിച്ചതും
എൻ കരങ്ങളിലുള്ളതിനെ
സ്വന്തമാക്കാനായിരുന്നെന്നറിഞ്ഞില്ല...

ചേർത്ത് നിറുത്തി ചോർത്തിയതെല്ലാം
മായാതെ മനസ്സിൽ തറച്ചതിന്നും മറന്നില്ല.

മരണ സ്മരണ

ഇനിയൊരു ഉണർവില്ലെന്നറിഞ്ഞു
കൊണ്ട് ഞാൻ ഉറങ്ങിയില്ല..
എങ്കിലും, ഇനിയൊരു തിരിച്ചുവരവില്ലെന്നറിയിച്ചു
മരണം എന്നെ വാരിപ്പുണർന്നു..
ഇനിയുള്ള നാളുകൾ ഞാൻ തനിയെ
ആറടി മണ്ണിൽ തീർക്കും..

ജീവിച്ചിരിക്കെ സ്നേഹിച്ചവരിൽ
ആരെല്ലാം ഓർക്കുന്നുണ്ടെന്നറിയില്ല,
ജീവിതകാലം വേദനിപ്പിച്ചവർ എന്നെ
ശപിക്കുന്നുണ്ടോ എന്നറിയില്ല,
എന്നെയോർത്തു ഇന്നാരെല്ലാം
കരയുന്നെന്നും അറിയില്ല..

സ്നേഹിച്ചവരോടും, വേദനിപ്പിച്ചവരോടും,
ആരും കൂട്ടിനില്ലാത്ത ഇരുട്ടറയിലേക്ക്
ഞാൻ കണ്ട സ്വപ്നങ്ങൾ മാറ്റിവെച്ച്
യാത്ര പറയാതെ ഈ മണ്ണിൽ നിന്നും
ഞാൻ വിടവാങ്ങി.

നിശബ്ദത

കോർത്തിണക്കിയ മുത്തുമാല
നൂൽ പൊട്ടി ചിതറും പോലെ,
നിനക്കുനേരെ പൊട്ടിത്തെറിക്കുന്ന
വാക്കുകൾക്ക് മുന്നിൽ നിശബ്ദതയാൽ യുദ്ധം ചെയ്യുക..

ആവശ്യമാം ഘട്ടം ഒഴിച്ച്
അനാവശ്യമായ് നിൻ വിലപ്പെട്ട
സമയം വാക്കുതർക്കത്തിനായ് മാറ്റി വെക്കരുതേ..

കാലങ്ങൾക്കപ്പുറം ഒരുദിനം വരും നിൻ നിശബ്ദത,
ലോകത്തിനു മേൽ നിവർന്നു നില്ക്കും സത്യക്കൊടിയായ്..

തെറ്റുകൾക്ക് ക്ഷമ ചോദിച്ചു വരുന്നവർക്ക്
ക്ഷമ നൽകും പോലെ,
തെറ്റുകൾ ന്യായീകരിച്ചു തർക്കിക്കുന്നവരോട്
നിശബ്ദത പാലിക്കാം..
നമ്മുടെ നിശബ്ദതയാകാം നമ്മുടെ വിജയം.

ജന്മഭൂമിക്കായ്

മണ്ണിനാൽ മൺജീവി ഞാൻ,
ജീവിക്കുമീ സ്വപ്നഭൂമിയിൽ.....
ഉയർന്നിടാൻ കൊതിക്കുമീ,
രാഷ്ട്രതൻ പാരിലായ്.....

ഉണർന്നിടൂ സമുദായമേ,
നീതിനിർവ്വഹണത്തിനായ്...
കോർത്തിടാം നമുക്കേവർക്കും,
സമത്വമാം സ്വപ്ന ഭൂമിക്കായ്....

ഉയർന്നിടൂ ശിരസ്സുമായ്,
നിവർന്നിടാം ശുദ്ധഭൂമിയിൽ.....
നടപ്പിലാക്കാം അഹിംസതൻ,
ഭാവി രാഷ്ട്ര നന്മക്കായ്....

ഒളിഞ്ഞു നോട്ടം

സ്വർഗ്ഗമീ ഭൂമിയിൽ പാറുമീ മാലാഖ ഞാൻ....
കൊതിച്ചു പോയ് ഇവൾ ഈ സ്വപ്നം ആകയാൽ....
മണ്ണിനാൽ പടച്ച പാവമീ മൺജീവി ഞാൻ....
ഭയക്കുന്നിവൾ നിൻ ഒളിഞ്ഞു നോട്ടമാൽ...

പെണ്ണൊരുത്തി ഞാൻ മുന്നിലുണ്ടെങ്കിൽ നീ....
ചാടി വീഴുന്നു നീ നിൻ ദുഷ്ചെയ്തിയിൽ....
എന്തിനീ നീച നോട്ടമെന്നോട് നീ....
പാവമീ പാപി പറക്കവേ ഈ ഭൂമിയിൽ....

ചലിക്കുന്നു ഞാൻ ഈ ഭൂമിയിൽ പാറിപ്പറക്കാൻ....
കൊതിക്കുന്നു നീ ഞാൻ ചിറകറ്റു വീഴാൻ....

ചൊല്ലുന്നു ഞാൻ ഈ മഷികളിൽ നിന്നോട്....
നൽകുമോ ഈ ഭൂമിയിൽ കരുണ എന്നോട്....

വിശുദ്ധ ഗേഹം

ചലിക്കുമീ ഭൂമിയിൽ,
കൊതിക്കുമീ അഹിംസയാൽ.....
കോർത്തിടൂ കരങ്ങളാൽ,
വിജയിക്കുമെ ദിനത്തിനായ്.....

സുപ്രഭാത ചിന്തകൾ,
നൽകുമീ ഹൃത്തമിൽ.....
സൽപാന്താവിലായ് മുന്നേറിടൂ,
ഭാരതമ്മയെ അണച്ചിടാൻ.....

മാറിടൂ മർത്യ നീ,
രാഷ്ട്രതൻ രക്ഷക്കായ്.....
തീർത്തിടൂ കരങ്ങൾ നിൻ,
സൗഹൃദ വലയങ്ങളാൽ....

പ്രാണനേ

പ്രാണനായ് വന്നു നീ എൻ ജീവതാളമിൽ,
സ്നേഹമേ ഞാൻ അലിഞ്ഞു നിൻ മധുരമിൽ.....
പലതായ് പലരൂപമായ് തെളിഞ്ഞു ഈ സഖിയിൽ,
പറയാൻ കൊതിക്കുന്നു പലതും ഈ വരികളിൽ.....

വെണ്മയാൽ നിറഞ്ഞ നിൻ മനമിൽ,
വന്നു ഞാൻ പ്രാണനേ ഇടം തേടി.....
നൽകുമോ ഒരിടം ഇവൾക്കു നീ,
നിൻ പകരമായ് ഒന്നില്ല ഈ ഹൃത്തമിൽ.....

ശ്രവിക്കുന്ന ഈ കാതുകളിൽ,
കൊതിക്കുന്നു നിൻ സല്ലാപം.....
നൽകുമോ മധുനിമിഷങ്ങൾ,
വന്നിടാം ഇവൾ അന്ധ്യം വരേ....

പ്രാണനേ ഇവൾക്കാവില്ലൊരിക്കലും,
ചേരുവാൻ നിൻ മൗനമിൽ.....
നൽകിയാൽ നിൻ മൗനമീ സഖിയിൽ,
ഒഴുകുമീ മിഴികളിൽ ചുടുനീരുകൾ.....

കഴിയുന്നില്ലിവൾക്ക് ഉപസംഹരിക്കാൻ,
പ്രാണനേ നിൻ ജീവിതം.....
ചൊല്ലുന്നു ഈ മഷികളെന്നോട്,
ഒഴുകിടാം ഞാൻ നിൻ കടലാസിൽ.....

എത്തിനോട്ടം

പാറിപ്പറക്കുമീ ഭൂമിയിൽ ഓർത്തില്ല ഞാനൊരിക്കലും നിന്നെ....
പാരിലായ് വന്ന നിൻ വിരുന്നൊരിക്കലും
നൽകിയില്ല വീണ്ടുമൊരു സദ്യയുണ്ണാൻ....

പലരും പറഞ്ഞു നിന്നൊരിക്കൽ എത്തി നോക്കാൻ.....
ചെയ്തികൾ ഇവൾ ഓരോന്നും ഓർത്തെടുക്കാൻ.....

കഴിഞ്ഞില്ലിവൾക്ക് ഒരുനിമിഷമെങ്കിലും ചിന്തിച്ചു നോക്കാൻ .....
വിളിക്കുമേ നിൻ വിരുന്നെന്നിൽ എത്തും മുമ്പ്....

കൊതിക്കുന്നിവൾ ഒരു നിമിഷമെങ്കിലും ഈ ഭൂമിയിൽ....
പണിയാൻ നിൻ വിരുന്നിനൊരു കൊട്ടാരം.....

നൽകുമോ ഇവൾക്കൊരവസരം കൂടെ.....
എത്തിനോക്കിടാം ഇവൾ എപ്പോഴും നിന്നെ....

സ്വപ്ന ഭൂമി

സമത്വമെന്നൊരാശയം,
ഉയർത്തിടേണം ഹൃത്തമിൽ.....
സൗഹൃദവലയങ്ങൾ,
തീർക്കണമീ ചുറ്റുമിൽ.....

സ്വതന്ത്രമായ് വാണിടും,
ജന്മഭൂമി മാറിയോ.....
മർത്യതൻ കരങ്ങളാൽ, പാഴ്ഭൂമിയാക്കിയോ.....

കൊതിക്കുമാം ദിനങ്ങളിന്ന്,
ഇരുട്ടിനാൽ നിറഞ്ഞവേ.....
ഓർക്കുമീ ജനതയിന്ന്,
ചൊല്ലുമേ വിലാപങ്ങൾ...

www.ingramcontent.com/pod-product-compliance
Lightning Source LLC
LaVergne TN
LVHW041635070526
838199LV00052B/3384